உயிர்+மெய்=காதல்
கவிதை
ஆசிரியர் : சஷ்டி தமிழச்சி 2023 ©
முதல் பதிப்பு : ஜனவரி 2023
வெளியீடு : ஏலே பதிப்பகம்
5/175, பாத்திமா நகர், கூத்தென்குழி,
திருநெல்வேலி - 627104
தொடர்புக்கு : +91 9944992571

Uyir+Mei=Kadhal
Poetry

First Edition : January 2023
Pages: 85
ISBN : 978-93-5533-558-6
Aelay Publish
Contact : +91 9944992571
Designed by : Aelay publish team

உயிர்+மெய்=காதல்

சஷ்டி தமிழச்சி

aelay
publish

எண்ணற்ற நபர்கள் கவிதையை நேசிப்பார்கள் பல பேர் சுவாசிப்பார்கள் சில பேர் தான் கவிதைக்காகவே அல்லது கவிதையாகவே வாழ்வார்கள்.அந்த வகையில் கவிஞர் சஷ்டி பிரியா அவர்கள் கவிதைக்காகவே வாழும் இனத்தில் இருக்கிறார்.கவிதையை தனது உடல் உயிர் மூச்சு யாவற்றிலும் பதித்து கொண்டவர்களால் தான் நல்ல கவிதைகளை வழங்க இயலும். அதற்கு சிறந்த உதாரணம் சஷ்டி பிரியாதான். காதல் கவிதைகளை எழுதுவதில் நவீனத்துவ முன்னோடியாக திகழ்ந்து வருகிறார்.அதை அவரின் ஒவ்வொரு கவிதை வார்த்தையிலும் உணர முடிகிறது. ஆற்றொழுக்காகவும் அடை மழையாகவும் பனி பொழிவாகவும் காதல் கவிதைகளை படைத்து வருகிறார்.அவரின் கவிதைகள் அனைத்தும் ஆழமான உள்ளார்ந்த கருத்துக்களை தாங்கி நிற்கிறது. காதல் கவிதைகளை படிக்கும்போது ஒரு ஏகாந்த நினைவு ஒவ்வொருவர் மனதிலும் ஏற்படும்.அதனை தவறாமல் இவரின் கவிதை தரும் என்பதில் ஐயமில்லை. 'சண்டையிட்டு கத்தியதெல்லாம் உனது ஒரே ஒரு முத்த சமாதானத்திற்கு தான்' என்ற அவரின் முதல் கவிதை முதல் 'எனது இயல்பு நிலையை கலைப்பதெல்லாம் உன் திமிர் அழகு தான், என்ற இறுதி கவிதை வரையிலும் மறவாமல் இதமான காதல் உணர்வைத் தந்திருக்கிறார்.இவரின் இந்த கவிதை தொகுப்பு படித்த முடித்தவுடன் ஒரு பெரிய காதல் கடல் பயணத்தை கடந்து வந்த உணர்வு கட்டாயம் ஒவ்வொருவருக்குள்ளும் ஏற்படும். கவிஞர் சஷ்டி பிரியா அவர்கள் தனது திறமையால் உயர்ந்து இன்னும் நிறைய படைப்புகளை படைத்து கவிதை இலக்கிய உலகில் சாதனை பெண்மணியாக கட்டாயம் திகழ்வார் அந்த நாளுக்காக காத்திருப்போம்.

முனைவர் ஆ. கணேசன்,
செயலர்,
கவியரசர் கலைத் தமிழ்ச் சங்கம்,
பரமத்திவேலூர் - 638182

சமர்ப்பணம்

முதல் காதலில் சிக்கி

இன்று வரை மீள முடியாமல்

தவித்துக் கொண்டிருக்கும் உண்மை காதலர்களுக்காக...!!!

முத்தச் சமாதானம்...

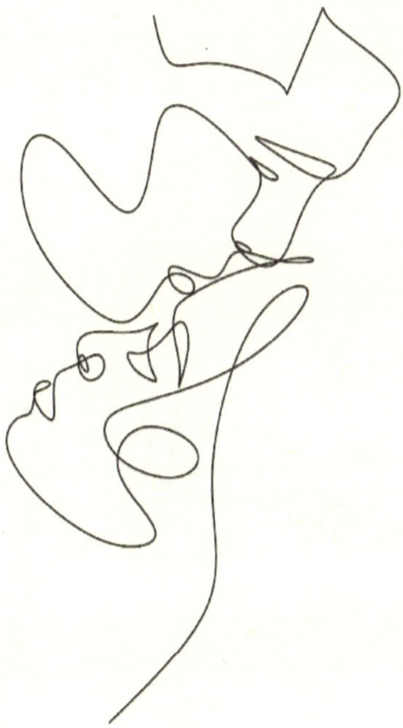

சண்டையிட்டு கத்தியதெல்லாம்

உன் ஒரே ஒரு முத்தச்

சமாதானத்திற்குதானே !

கண்ணக்குழி...

என் கவிதையின் உச்சம்
அவள் கன்னக்குழியில்
ஒளிந்திருந்த மச்சம்

உண்மை...

நான் எழுதும் கவிதைகளுக்கு

பிடித்த மிகச்சிறந்த உவமை

நீயடி

மோகசாரல்...

அவளின் மோக மேகங்கள்

என்மேல் வீசி செல்கிறது

முத்தச்சாரலை

சங்கமம்...

அவளின் மொத்த

உருவமும்

கவிதைகளின் சங்கமம்

மெய்யவள்...

என் கவிதையெனும்

பொய்யில்

மிதந்துவரும்

மெய் "அவள்"

நினைவின் மறுபிறவி...

அருகில் இல்லையெனினும்
அவளின் நினைவுகள் ஒவ்வொரு நொடியும்
என்னை புதுப்பித்துக் கொண்டே இருக்கிறது

முக்தி...

காதோரமாய்

முகர்ந்தாய்

முக்தியடைந்து விட்டேன்

whatsapp காதல்...

சில உண்மைக்காதல்

வாழ்ந்துகொண்டுதான் இருக்கிறது

Whastapp lastseen பார்த்துக்கொண்டே

மைவிழிக்காரி...

நீ கண்ணுக்கு மை பூசியது போதும்

என் கன்னத்துக்கு மை பூசு

உன் இதழ்களால்

அழகியல்...

சரியான துணையோடு இருக்கும் போது

காதலின் அழகு

குறைவதேயில்லை

யுத்தம்...

சத்தமில்லா யுத்தம்

இரவில்

அவள் தரும் முத்தம்

காதல் குறள்...

வள்ளுவன் மட்டும் இருந்திருந்தால்

அவள் குரலை *1331* வது

குறளாய் வருணித்திருப்பான்

ஸ்வீட் 16...

கூந்தல் நரைத்தாலும்

அவள் முத்தங்கள் மட்டும் *16* வயதை

தாண்டியதில்லை

இரவும் இமைகளும்...

இரவு நகர்ந்தாலும்

இமைகள் நகரவில்லை

அவள் *whatsapp Chat* ல் இருந்து

password காதல்...

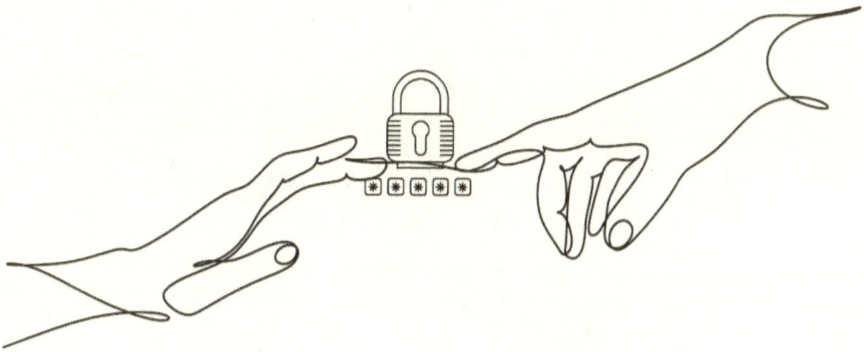

ஒவ்வொரு முறை

password போடும் போதும்

உயிர்த்தெழுகிறது

முன்னால் காதல்

உதட்டு ரேகை...

"உன்னை கைவிடமாட்டேன்" என்பதற்கு ஆதாரமாய்

பதிக்கிறேன் எனது உதட்டு ரேகையை

உன் கன்னத்தில்

கர்வம்...

அத்தனை கர்வமும்

அடங்கிபோகிறது

அவள் தோள் சாய்ந்து கிடக்கையில்

முத்தத்தீர்ப்பு...

நமக்குள் தீராத வாதங்கள் !

தீர்த்து வைக்கிறது

"முத்தம்"

காதலாகிய பொழுது...

அவளும் நானும் சந்தித்த கடற்கரை

மாலை காமத்தை

மிஞ்சிய காதல் பொழுதுகள்

இதழ்...

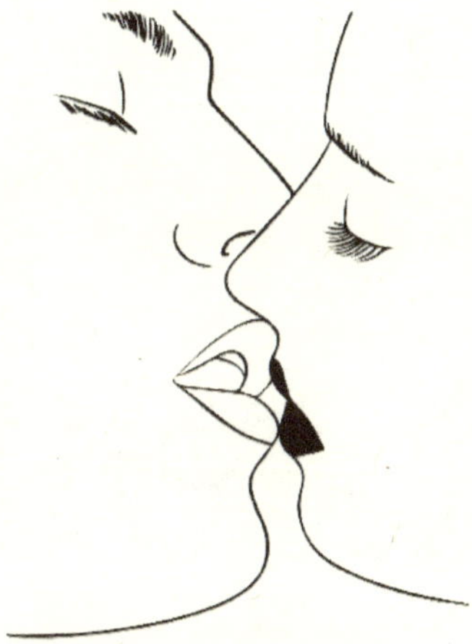

இரண்டு அடி கொடுத்துவிடு

உன் இரண்டு இன்ச்

இதழ்களால்

நிழற்படம்...

தரகர் தரும் முன்னரே

என் இரவுகள் தந்துவிட்டது

அவளது நிழற்படத்தை !

காதல் துளி...

அதீத காதலும் காமத்திற்கு பின்

ஒரு துளியாவது கரைய

தான் செய்கிறது.

குறுஞ்செய்தி...

அவள் குறுஞ்செய்தி அலைபேசியில் குதித்ததும்

நானும் தான் குதித்தேன்

வானத்துக்கும் பூமிக்குமாய்...!

தீராக்காதல்...

நான் படிக்க படிக்க

தீராத

கடைசி பக்கம்

நீ

காத்துக்காதல்...

இரவு நேரத்தில்
Headphone-குள்
முணுமுணுக்கிறது
சில தொலைதூரக் காதல்கள் !

அன்பின் பங்கு...

அன்பு *Renewal* செய்யப்படுவதில்

possessiveness

முக்கிய பங்கு வகிக்கிறது

இதழிசை...

கேட்க கேட்க எனது

கன்னத்தில் பதிவாகிறது அவள்

இதழிசை

வெட்கம்...

whatsapp பச்சை *symbol* ம்

சிவந்துதான் போகிறது

அவளது *online* வருகையில்

காதல் பா...

குறட்பாவில்

134 வது அதிகாரமாய்

நம் காதல் பா

காதல் துணை...

என்னை முழுவதும் ஆட்சி செய்பவள் நீ !

என்னுள் உனக்கான துறை

காதல்

காபி ஷாப்...

காதலிப்பவர்களின்

புண்ணிய ஸ்தலம்

coffee shop

போதை...

அவள் நெற்றி முடி அசைவை

ரசிப்பதில் எனக்கொரு

போதை

திமிரதிகாரம்...

வள்ளுவரின் காலத்தில்

நீ இல்லாமல் போனதால் இன்று

உன்னை வைத்து நான் எழுதுகிறேன்

"திமிரதிகாரம்"

ஏனென்றால் அவள் ஒரு திமிரழகி

சைவமுத்தம்...

புனிதமானது என்றால் காதல் சைவம் தான் !

ஆனால் அவள் முத்தங்கள் மட்டும்

அசைவமானது ஏன் ?

செவ்வானம் நீ...

நீல வானம் செவ்வானமாக

மாற வேண்டுமாம் !

ஒரு முறை வெட்கப்படு!

மழையும் காதலும்...

மழை நேரத்தில் ஒரு கப்

தேநீரோடு சுவைக்கின்றேன் அவள்

குறுஞ்செய்தியையும் !

முத்த ஓசை...

கொலுசின் முத்தோசை அடங்கி போவதற்குள்

அவள் முத்தத்தின் ஓசையில்

நானும் அடங்கி போகிறேன்.

பிணி...

அவள் கன்னங்களில்

வரையப்பட்ட

கவிதைகளில் எல்லாம் எனது

முத்தப்பிழை.

திமிரழகி...

எனது இயல்பு நிலையை

கலைப்பது என்னவோ அவளின்

திமிரழகுதான்.

www.ingramcontent.com/pod-product-compliance
Lightning Source LLC
LaVergne TN
LVHW060418051026
849518LV00007B/2610
9789355335586